Gisingin Ang Tulog, Patulugin Ang Puyat

Mga tula at pananaw

Krisha Mae Mikko Briñosa Balucay

Ukiyoto Publishing

All global publishing rights are held by

Ukiyoto Publishing

Published in 2022

ISBN 9789357701730

Paalala mula sa may-akda

May mga bagay na nangyayari sa 'ting buhay upang maging paksa sa isang magandang tula at may mga bagay naman na nangyayari sa 'ting buhay na kailangan lang mangyari talaga. Ang mga tulang nakasulat dito ay magigising lamang kapag binasa at mabubuhay naman ito kung bibigkasin. Buhayin mo ang aking mga tula.

Minsan sa tula natin mahahanap ang paglilinaw sa mga bagay, mga kasagutan sa tanong kung paano tayo nagiging kabahagi nito habang binabasa. Ang tula ay nasa kahit saan, hinihintay lang niya ang makata na kumuha ng sangkap at magtimpla upang mabuo ito. Nabuo ang librong ito dahil sa karanasan at mga kuwentong pinaniniwalaan ng bayan na ayon sa kasaysayan ay tama.

Natagalan man sa pagluto ngayon ay buong pusong inihain ang bahagi ng kaisipan na inilapat sa piraso ng papel na kung saan ay may layang nagsasaysay tungkol sa mga kuwento ng buhay maging kuwento ng mga walang buhay, naging boses sa mga gustong magsalita na hindi nabigyan nang pagkakataon, naglahad ng mga 'di pansing kuwento ng sistema, ideyolohiya sa akala mong walang halagang bagay na kung makata ang tatanungin ay nagiging makabuluhan ito. Oo , alam ko na hindi madaling salain ang mga konsepto na nag-uunahan upang mailimbag sa katunayan minsan sa pagtulog gusto ko na may mapanaginipan na tema ng paksa na siguradong tatangkilikin ng lahat.

Nais ng mga tulang nakapaloob dito na tapikin ang mga nagtutulug-tulugan at patulugin ang mga matagal nang nagpupuyat sa sistema, naniniwala ako na napakaraming kuwento sa kasaysayan na kayang buhayin at bigyang linaw ng mga tula, alay ito sa kanila.

Kung may ilang bagay man ako na masabi na hindi katanggap-tanggap para sa iyo, itulad mo na lang ang librong ito sa mansanas na may bahaging bulok: hiwain ang bulok na bahagi, itapon at tsaka pakinabangan ang natira, sa parehong dahilan pilasin at basahin ang mapapakinabangan.

Hawak mo ngayon ang kalipunan ng aking mga tula gaya nang sinabi ko sa paalala ng may-akda "buhayin mo sila."

Contents

Sa Hinaharap Mo Anihin

Kung makapagsasalita lang ang hinaharap, ano kayang sasabihin nila?

Marahil hihilingin nilang tayo'y magpatuloy, humawan at sumibol

Itanim ang mga binhing pangarap, diligan mula sa pawis nang paghihirap.

Sasabihin nila; wala pang nakarating dito nang hindi nahulog sa patibong.

Gusto kong maniwala na nasa palad natin ang katiyakan ng hangganan,

Tayo ang gumuguhit ng kapalaran, may kakayahang dumikta ng kasagutan.

Maraming tanong, sambuntong kulang at parating may hinahanap.

Marahil ang lahat ng ginagawa sa kasalukuyan ay magbubunga sa hinaharap.

Kahapisang dinaranas sa tuwina

Malining nitong paniniwalaang may panibagong sisibol at pag-asa

Oo, marahang mamumunga ang 'yong kakayahan
Ngunit hindi mo mapipigilan kapag ito'y umusbong.

Walang tanikalang makalalagot kumbaga gusto mo ng tanong dahil handa kang sumagot
Muli, ang lahat ng sakripisyo mong itinanim mamumunga balang araw
Bayaa'ng sarili'y makipagdagitan sa pag-abot ng 'yong pangarap.

Buong giting magdiriwang, sumigaw ka't magbunyi,
Plumahe'y kapilas nang 'king bahagi't sagisag
Kung sakali mang daing ko'y inyong marinig,
Higpitan ang hawak sa munti kong kaluluwa.

Hipan Mo Ang Trumpeta

Makapangyarihang langit, pangil mo'y nasaan?
Kawangis mo'y hangad puring mapagmataas
Sa tronong siya'ng yaring nagmamay-ari ng kalis,
Mamamayang sawi, dugo ang s'yang itinatangis.

Kahit salita niya'y panis kaya niyang gawing malagkit na kanin,
Sapilitan walang habag niya sa'yong ipakakain
Nangagsibalatkayo't tinalikuran ang sinumpaang pangako
Ngayo'y masdan ang kaniyang malamig na haing bangkay.

Makatuwirang langit, hatol mo'y nasaan?
Galak na galak haring tusong nagtakaw sa kapangyarihan.
Tangis ng sansinukob paka iyong saklolohan,
Silangana'y nagdarahop sa kadena sa kamay nang walang silbing hari.

Mapayapa mong bayan ngayo'y mapait ang sinapit
Mapapatid sa alipusta sagad na malupit,
Ano ang 'yong gagawin kasuklam-suklam sa 'yong paningin
Ano pa nga't nariyan ka sa tronong luklukan.

Sa ngalan ng bayan mong inalipusta't hinamak
Mga bibig ma'y binusalan ngunit hindi pipi sa katotohanan
Bulag-bulagan mang ituring, saksi ang mga lamat nang karahasan
Ipinang banlaw ang sariling dugo, kung kaya't umalingasaw itong baho.

Lipulin man ang bayan mo nang kasinungalingan,
Wala nang pagbuntunan nitong kinamtang galit
Maagnas man ang tinatagong lihim; makatarungang hatol mo'y hihilingin,
Ikaw na nasa langit, ito ang s'yang bayan at tahanan ng iyong kawangis.

Unang Kulay Ng Bahag Ng Hari

Bawat kulay ay may katangiang tinataglay at pula ang itinakda na unang kulay ng bahaghari,

Pula ang naglilo ng karapatan, tanggulan ng dugo't pag-ibig.

Ang mapagkait, kinalabit pa nang galit ang nagbigkis nang kalayaan

Lumagi't mapalitan nawa nang kinabahagyang kaligayahan.

Dugo ang iniaalay at puwersa, bangis na handang makidigma,

Tinuring na pinkamababa sa lipunan luha'y tumagistis waring sibat sa dibdib.

Kung hanggang ngayo'y kulay pa rin ang pinag-uusapan, higit pa sa kulay ang pinaglalaban ng isang larawan,

Kaya gayun na lamang kung manaig ang pulang damdaming sinupil

Kahapisang mabatid ang sapitin ng bawat kulay

Tingnan bawat ningning hanggang sa maihambing mo ito sa buhay

Dala-dala pa ri'y takot sa pinaglalabang karapatan

Walang 'sing bigat kaluluwang hinamak, s'yang higpit ng aking patalim sa palad.

Katungkulay pinagbaling-baling silang bahagi ng bahaghari,

Sa karapatang inagaw, sa pagkakataong ninakaw, at sa panahong sinaklaw, makamandag man ang tuklaw sa sakit sumigaw pero 'di kami bumitaw

Walang batas ang pagmamahal, hindi kasalanan ang lumaban,

Pula ang unang kulay ng bahaghari at lagi mong tatandaan ito'y isang protesta.

Ang Bala Ng Dila

Ang akala ko noon,lahat ng binalangkas ko na salita ay pawang salita na lamang

Binabasa, sinusulat, naririnig o kahit sa anong anyo pa nito,

Magmula sa titik na yaring abang awit sa pagbuo ng tunog

Higit pa sa dikta malutas at may pitik ng dila ang bawat pantig.

Hindi buo ang diwa kung hindi sasamahan ng ibang salita,

Wala rin sa tamang pagkasunod-sunod kaya ninais kong ipakilala ang kataga

upang makabuo ang salita,

Parang mapagbirong pangalan, tila nagsasalitang buháy.

Mistulang sagisag panulat na nangangarap mailimbag sa isang babasahin.

Walang araw kong 'di kinikilala ang bawat salita, kinukumusta.

Kalát at hindi buo ang diwa kaya sinusubukan kong intindihin ang bawat linya,

at saka natanto sa pagtugong banayad nang tapat na parirala.

Lumago ang binhing ipinunla mula nang mapag-isa,

minsang ligaya'y nanariwa, naglao'y 'di na makapag-iisa.

At dito'y namangha at nahasa, may pagpupuring sugnay.

At mula noon ay nakahiligan na ang salita'y ipanday

Sambitla ang tuwa sa buong diwa, may panapos na himig

sa hulihan, galak na bumibigkas nangungusap, dilang nagsasaysay.

Kaya sa maingat at masining na paraan ko 'tong inibig

Balang araw, mapansin at kilalanin ng isang pahayagan,

Sa wakas masasabi kong iniibig din ako ng mga salita.

Sa Ilalim Ng Tulay

Pangala'y malinis, uniporme'y may bahid
Paminsa'y tinta, madalas kasalanan.
Tinig ng mga taga pag-ulat, may bayad.
Mahirap humingi nang saklolo, kanila ang trono.

T*ng ina, may karatula, huwag tularan
Paano'y adik, panigurado nanlaban, buti nga.
Bulong-bulungan ng makakating dilang 'di mapigilan,
Walang konsensya, sunog na ang kaluluwa.

Nagkandakubang pagod ng ina
Kayod kalabaw ng ama
Sandosenang kapatid na musmos
Kanilang panganay ay tinutukan sa ulo.

Taniman, iyan ang turo biglang bunot
sabay tutok para matakot… lang sana.
Bakit na naman may nakahandusay sa ilalim ng tulay?

Ah? patay na naman…

Walang nang bago.

Sa Santuwaryo

Ang sabi ng mga matatanda,
'Wag daw magtangkang putulin ang mga puno
Sanlibong taon na itong nabubuhay,
Pinamahayan na ng mga diwata't engkanto.

Malawak ang kagubatan, payapa at tahimik
Walang nakaaalam, ito ang kanilang templo
Kaya rito nila mas piniling manirahan,
Maláyo sa mga tao, malayó sa mga tao.

Hindi sila madaling iwasan,
Madalas silang nagmamasid
Makakasalubong sa daan, nakatitig.
Paikot-ikot sa madilim na daan.

Baligtarin ang damit kapag naligaw
Huwag nang lilingon pa sa pinanggalingan.
Ang mga tao ay gaya rin ng mga puno
Mga anak ng kagubatang sumibol sa lungsod.

Luha't Gunita

Dala ng ulan ang ilang alaala.
Mga patak ng luha, bitbit na lumbay
Nananabik na yakap ng mga yumao na
gustong bumalik.
Pagmamahal na baon hanggang hukay.

Ang Laos Na Salita

Maigsi lamang ang buhay
kulang ang mga araw,
bitin ang mga salita.

Madalas hinahanap ang wala
nalalason ng matang nakatitig.

Kaya minsan hinahanap ang sarili,
nagtataka ang lupa kung bakit
wala nang yabag na naririnig.

Wala ng kuwentong hihimayin
isinanla na ang hininga
upang tubusin ang mga salita.

May Pait Ang Kasaysayan

Kung ang kasaysayan ay isang antolohiya,
marahil walang babalik sa unang pahina.

Isinumpa ang bawat pananda
walang sino man ang naging handa.

Marami ang nasawi,
maraming buhay ang binawi.

Una't Huling Yakap

Lumalatay ang luha hanggang lupa.
Hinuha ang kutob hawak ang rosaryo
tinawag ang lahat ng santo.

Dumudulong inaangkin ang lahat
may paghihirap sa pagdating at paglisan.

Para sa ikatatahimik ng kaniyang kaluluwa,
niyakap ng supling ang lumuluha niyang ina.
Patawad kung kailangang mauna 'ko hukay.

Nakasayad Lang Sa Lupa

Noong bata ako tuwing tinititigan ko ang buwan
kasama ang mga nagkikislapang hiyas na bituin sa kalangitan
ang pakiramdam ko'y sinusundan ako nito,
hindi na napapansin ang daang nilalakaran.

Patuloy na naaaliw sa ningning na dala nito
namamangha sa dilim na nakapalibot dito.
Walang kapintasan ang langit sa gandang hatid nito
tuwing gabi walang kupas sa pagsagot ang kalawakan
sa mga hiling ng daigdig.

Hindi tiyak ang hangganan ng langit,
Malawak ang espasyo para sa mga
nagnanais na makarating dito,
malayo-layo pa ang tatahakin,
kung sakali mang hangarin ang langit,
buwan at mga bituin paalala; paa'y itapak sa lupa.

Pinakisamahan Ang Digmaan

Tahimik ang gabi at tanging kuliglig ang naririnig,
Mahinahon at kalmado ang buong paligid
nakabibinging katahimika'y pain ang kapayapaan
pahiwatig nito'y pangamba'y kalimutan.

Kisap-mata'y natunton aming lunggang kinatataguan,
digma't sindak matalim na sandata'y nagkikislapan
ginalugad liblib naming kinaroroonan sa gilid ng lawa
At saka dumating ang apatnapung sandatahang walang awa.

Dali-daling binusalan aming mga bibig, wala dapat saming makarinig.
Wala naman kaming kasalanan, digmaan kanilang bukambibig.
Ganito kami mamuhay sa kabundukan may gulo kahit liblib.

Gabi-gabing putok ng baril ang palaging naririnig

hindi matigas ang aming puso, hindi makitid ang aming utak, dito kami namulat, dito kami namuhay

Hindi na ito bago sa amin, bata pa lang kami mayroon nang giyera.

Hilamos Ng Sinag

Tuwing umaga
gumuguhit sa mukha
ang sinag ng araw
dala-dala ang pahiwatig,
sa ganitong paraan
hindi namamalayan
ang lalim ng sugat,
ang sakit nang kabiguan
mga danas at kahirapan
kapag nasinagan, ngingiti na lang
dahil naipanalo ang pansariling laban.

Pitik Ng Paltik

Sa kahatimikang handog ng gabi
napagkatuwaang muli ng mga naka-uniporme
na kalabitin ang gatilyo.

Ni hindi maitago ang takot
ang mga mata'y nangingilid
mga luhang pumalahaw.

Ligaw na bala sa bubong ay tumama,
walang nakapaghanda nang tamaan ang bata.

Walang may alam kung sino ang nagpayabangan
basta naka-uniporme ang nagpaputok sa daan.
Pasuray-suray, nakataas ang kamay, nakapikit
Halatang may saltik, biglang kinalabit kaya pumitik
ang paltik.

Lihim Sa Liham Ng Bangkang Papel

Sa dami ng bangkang papel na nilikha ng batang paslit,
naubos na ang pahina ng kaniyang kuwaderno.
Kalakip ng mga ito ang liham na inipon
para sa kaniyang amang mangingisda
marahil sa mga oras na ito ay naglalayag
sa pagitan ng buhay at kamatayan.
Hindi mapakali ang ina sa malakas na hangin
humahagupit, lumuluha habang nananalangin
sa aplaya na ibinalik ng karagatan
ang ama ng kaniyang supling.

Sinusumpong Ng Agam-Agam

Gabi-gabi minumulto ako
ng mga takot at pangamba,
paglisan at pananatili,
nang katiyakan at hangganan--

Pamusta Nang Nagmamahal

Isang malaking taya ang pag-ibig,
susugal kahit hindi sigurado
itataya pati na ang pamato.
Ipupusta lahat para manalo,

Hihimasin ang pampaswerte
bubulungan na 'wag sana malasin"
dinggin ang hinihiling
maangkin itong damdamin.

Bawat balasa ng baraha
manalo man o matalo,
muling babakas ng taya
nang walang panghihinayang.

Marahil ang iba'y may alam na dasal
Kaya naman pala bihira matalo
Hindi na ito matatatawag na sugal
Dahil una pa lang alam na nilang sila'y panalo

Galawang Konsi

Maraming boses ang pumapalahaw,
mga isyung patuloy na sumasawsaw
sa katotohanan naman'y uhaw,
mga mapagbalatkayong sigaw.

Animo'y diyos lahat kanya'y diringgin,
Pinapagamot lahat ng may sakit
Pinapakain pati batang hamog
Sasambahin sa mabuting gawi.

Pangako'y iangat nasa laylayan,
Huwag matakot kayo ay iingatan
Sabay abot ng limang daang piso,
Hindi ko kayo pababayaan.

Hindi ka pwedeng magtago
Marami na s'yang naitulong
mahina niya sayo'y ibubulong
huwag niyo pong kalimutan dos sa balota.

Siyang Nagpadingas At Naglagay Ng Gatong

(Para kay Tinay)

Nang mapadpad sa isang dukado ng lalawigan
doon ko nakita ang liwanag na wala sa siyudad,
walang 'sing dunong na umakay upang turuan
sa t'wing lulubog ang sikat ng araw sa kagubatan.

Parating sinasagap ang kaligayahang naglalatag
masasayang paglalakbay hindi pagsasawaan,
dito nawili't sinanay nang katapangang dangan
mula nang mawalay sa 'nagisnang paglalakbay.

Higit sa dalitang nagtimo sa musmos kong loob
'di maapula dila mong nagpupuring wagas,
luha ang naging tanda nang ligaya ko't galak
dito naniwala maging tala'y kaya kong maabot.

Nahambal ang mapag-imbabaw kong ibig

pakinggan mo aking saysay nang 'di masawata,
abang sarili'y iyong sinalba kapatak na damay
tipanan at pasasalamat ko sayo'y ninanasa.

Pangimbulo'y nabaliwala't pagbubunyi'y nag-aalab
ang minsang naging tanggulan nang pangamba
lumago ang binhing ipinunla nang may bangis
Hanggang sa ito'y tingalain ng sandaigdigan

Kami'y Sinakop At Ginawang Dayuhan

Ang bali-balita sa amin palalawakin daw ang kalsada,
babawiin na ang lupang kinatitirikan ng aming bahay
habang maaga pa lamang ay mag-alsabalutan na raw,
kung magpupumilit pa'y baka saktan na lang nila kami.

'Di sa amin ang lupang ito kaya pilit kaming pinalalayas,
wala kaming matutuluyan, at wala sa 'ming naging handa
sa makalawa'y gagawin na itong pampublikong daan
ni hindi nga namin alam kung saan kami pupulutin.

Nagpalipat-lipat hanggang sa itapon sa liblib na lugar,
Mga nagtataasang damo ang sumalubong,
mga misteryosong kuwento ang pumalibot,
at siyang biglang yakap ng hamog

Mistulang punlang nangangailangan ng lupang makikinig,
karahasan at masamang panaginip ang turing sa amin.
Ipinagpatuloy namin ang buhay ng walang pagpipilian,
ang minsang itinapon na punla'y nagkaroon ng ugat,
naging matatag na puno at ngayo'y namunga,
ang aming karanasa'y katibayan ng aral na 'di pa nasusulat.

Ganito Pala, May Gantimpala

Nariyan na naman ang umaga,
walang 'sing liwanag ang sinag
hatid ay panibagong pag-asa
dala'y simula at pagbangon.

Sa kabila ng lungkot na baon
pipiliin at pipiliting ngumiti,
ang buhay ay puno ng kulay
hindi lamang puro itim at puti.

Matapos ang bagyo ng pagsubok
sisilip ang araw na sa iyo'y laan,
sa dulo nito'y makulay na bahaghari
na sa iyo'y parating nag-aabang.

Nariyan naman talaga ang umaga,
malayang abutin iyong pangarap
patuloy at huwag lang hihinto,
dahil sa hangganan nito'y may ginto.

Epektibong Pangsilaw

Hindi maaaring isantabi ang pagsulat
handa na ang mga salita,
sinuring mabuti bago magpasya
kaisipang kumikilos ang nagdikta sa tinta.

Sa maikling panahon nabagot
samu't saring opinyon din ang sinagot
maging mga bangaw ri'y naririndi
mga bulong-bulunga'y naririnig.

Pinahirapan nang sobrang tindi,
pinatulo ang dugong galing sa leeg
malinaw ang marka nang pagdurusa
malabo nga lang ang hustisya.

Walang sino man ang kayang sumikmura
Sinong makakakilala sa kaniya?
matapos mabulok nang 'di umalingasaw.
mabisa ang pera, epektibong pangsilaw.

Mateo 24:36

Maaari mo bang ilarawan sa akin ang daigdig?
magmula sa mga kulay na nakapaligid dito,
maging ang tekstura ng bagay na naririto,
at ang hangganan ng mga kaya nitong gawin.

Hindi na bale, hayaan mong ako ang siyang tumuklas
nang kakayahan at kahinaan nito,
kung hanggang saan ang lawak at hangganan
sapagkat sa mga pagkakataong tulad nito
maaaring dumating ang delubyong wala sa hinagap.

Naaaliw Sa Ilaw Ay Nasisilaw

Para sa nasang liyag ng aking sulang pag-ibig
matulin at buong giliw sa'yong ipinagkanulo,
sa mga pangako'y 'di ninasang bumitiw
sugat ng dibdib ikaw ang mabisang pamawi.

Ang tuwa sa nanaw ng dangan mong aliw
dalita'y hinamak s'yang matatap na saliw.
guniguning takot at balang sa'ki'y tumama,
ikaw ang naganyak 'tang sa'ki'y nagpatibay.

Isang araw, ikaw na ang parating hinahanap,
paruparong naro'n sa sikmura'y nagbubunyi,
kumitid ang dating malawak na aking tanaw
tuluyang nahulog sa bangin ng iyong pakay.

Anupa't hayaan na lamang magpatihulog
matututo rin naman tayo't matayog na titindig

kumawala sa itinatagong pain hayaang sagipin
walang malay na pagsinta pareho nating saluhin.

Sapagkat, nahuhulog tayo sa pag-ibig,
kahit ano pang laim, taas o lawak nito
walang sinuman ang may kayang sumukat
sa kapangyarihang sambit nang pag-ibig.
'Di nangakalabang malamlám nang labis,
ubod ng gaan dini sa pusong nasasaklaw
mga matang nagdidikta nang kaligayahan
lumilinaw sa 'di nakikitang pagmamahal.

Dahil umiibig tayo, handa tayong mabulag
sa dala nitong ningning t'wing tumititig tayo,
nagpapaliwanag sa madilim na pag-iisip
dahil nagmamahal tayo, nang 'di maipaliwanag.

Ang Mga Nasa Laylayan

Isang maulan na maghapon,
malakas na ihip ng hangin,
walang hintong buhos ng ulan
at makulimlim na kalangitan.
Masayang nagsasalusalo,
habang hinihigop ng sopas.
Sa kabilang banda,
Kasabay ng malungkot na kanta
yakap-yakap ng isang ina
ang supling na basang basa
habang tinutulak ng ama
ang kariton na lumalangitngit
dahil sa malapit na itong masira.
Naghahanap ng masisilungan,
upang sabay na pagsaluhan
ang kakaunting pagkain
na ipinagpag mula sa basurahan.

Ang Mahiwagang Pandikit

Nag-aabang ako ng dyip na maaring maangkasan,
dahil sa murang edad ay natuto na ‘kong magbanat
ng sariling buto upang magtrabaho at kumita ng pera.
Madalas may nakakasabay akong pasahero
sa loob ng dyip, plantsado ang damit, makintab ang sapatos,
mabango, bago ang bag, at malinis ang katawan.
Pumara siya sa harap ng eskuwelahan
at para sa kaniya ang pagkakataon upang makapag-aral.
Samantalang ako ay para naman sa lansangan,
pag-aari ng sindikato at alipin ng bote ng rugby.

Nagtataka Ang Mga Magsasaka

Masipag na nagsasaka ang mga manggagawa,
inaalayan ng dasal ang bawat pananim
para sa masaganang ani ng buong taon.
Nagtataka ang mga magsasaka,
kung bakit sino pa ang s'yang umaani
ay walang makain?
Maging ang sariling sakahan ay 'di na
rin nila pag-aari.
At kung bakit sila pinagtatanim ng butil
na hindi nila makakain.
Nagalit ang tagapangasiwa
at ikinasa ang baril.

Iglap Ng Kidlat

Gusto kong paniwalaan
na naghahatid ang kidlat
ng magandang balita,
sa kalagitnaan ng dilim
gumuguhit sa kalangitan
ang kislap na dala-dala nito.
Nasisindak ang sinumang
nakasasaksi rito---
kasabay ng pagdating nito
ay 'sing bilis ng simbuyo na
bigla na lang ding naglaho.
Ikaw ang sandaling liwanag
na sakin ay nagpaalala,
maging mabibigat na ulap
ay may nais ding aminin.

Etraksid

Bitbit ng batang paslit ang kaniyang takatak
At tumatak sa isip niya na bitbitin
Ang responsibilidad sa murang edad
At habang nag-aabang siya ng dyip
Na maaari niyang angkasan.
Sa katirikan ng araw at kasagsagan
Nang pagbulusok ng usok sa lansangan,
Hindi nito alintana ang kapahamakan
Na sa kaniya ay naka-abang
Hindi puwedeng huminto, walang makapipigil
Dahil para sa kaniya,kailangan niyang maubos
Ang panindang sigarilyo, kendi, biskwit, basahan at tubig
Upang may pambili ng gamot para sa kaniyang inang may kanser.

Bayani Ng Bansa Na Nasa Kabilang Bansa

Sila ang mga bagong bayani,

hindi dahil sa ipinaglaban ang ating bayan laban sa dayuhan

kung hindi silang mga may lakas loob mangibang-bayan.

Silang mga nangungulila sa kinagisnang tahanan

Mga nagtitiis sa malayo para sa kapakanan ng pamilya.

Bago sila umalis ng bansa marami na silang sinakripisyo

Ibinenta ang alagang kalabaw, isinanla ang pag-aaring bangka

Nangutang ng paybsiks at nanganib pati lupang kinatitirikan ng bahay

Huwag mo silang husgahan, kilalanin natin sila sapagkat

Sa atin sila nanggaling silang mga bagong bayani,

Silang mga nangugulila sa ibayong dagat.

Sandata Niya'y Panulat

Ang pluma ng makata
ang lumililok sa kaniyang mga kathang sining,
Na siya naman nitong nagiging sandata
upang tuwirin ang likong tunggalian ng sistema.
Naghahasik ng mga salitang nagpapalaya
Sa kamangmangan itinuturo ang bagong bukal
Kanyang panulat ay nagpapahilom
sa mga sugat na tanging salita lamang ang lunas.
Para sa mga matang parating nanlilisik kung magmasid
Ginagamit niya itong pang silaw sa lahat
Salita niya'y kayang makabuo o makasira
Kaniyang karanasan sa panulat ipinangbabala
hindi para kumitil kundi upang imulat ang kahit na sino
Sa hikbi at hinanakit ng kaniyang bayan.

May Ritwal At Sermonyas Bago Sumugal

Nalilimutan natin ang sarili
kapag nagmamahal tayo
handa nating ibigay ang lahat
kahit pa ang isandaang porsyento
at dahil sa tinatawag na pag-ibig
Nagmumukmok tayo sa sulok
sa tuwing nakararamdam nang lungkot at takot
Nag-aalay tayo ng mga dasal sa anito't diyos-diyosan
Huwag lang masawi.
Ngunit ang totoong konsepto nang pag-ibig
Mananahan at mananatili sa loob ng kaliwang dibdib.

Mahimbing Ang Tulog

Makulimlim ang kalangitan
may kasamang kulog at kidlat
masungit at masama ang panahon
ngayo'y may nagbabadyang bumuhos.
Walang nakapagbigay ng hudyat
na may darating na unos at sakuna,
sa panganib na paparating, sa iba pa sila abala
ni isa'y wala man lang ang nababahala.
Kaya nang biglang lumakas ang ihip ng hangin,
nalasing ang buong bayan
sa kakaibang halimuyak na kanilang nalanghap at natulala.
Sinamantala, piniringan ang mata,
binugbog, binusalan ang bibig,
pinaso ng paulit-ulit at saka nilunod.
Sabay-sabay silang nagising at mga nagtaka
Ang akalang nilang bangungot ay totoo pala
Wala sa kanilang sumaklolo
Mahimbing ang tulog ng kanilang ibinoto

Walang Pagsaklolo

Napakaraming inagaw ng panahon sa atin
walang pasintabi ni wala man lang pasabi,
inako ng karimlan ang pagkakataong ito
tikom at walang sinoman ang naging handa.

Ang bali-balita noon ay sandali lamang ito,
konting tiis at babalik din ang lahat sa dati,
patuloy nadagdagan ang bilang ng may sakit
dumami pati ang mga kumakalam na sikmura.

Paano pa kami nito makababangon ngayon?
lunod ang bayan sa pangungulila sa kaanak
hawak ang kapirasong kandila at nagluluksa
tanda ng mga nasawi ang abo na tangan-tangan.

Ang pagpawi sa pagpanaw ng mga yumao
panimdim ang alaala nang pagyakap at halik
sa paglalayag ng pagal at puyos na katawan,
ang pakiusap ko'y, ituring din silang mga tao.

Sensitibo Ang Mga Taga Ilog

Bilisan mo ang pagsagwan hanggang sa iyong marating
ang kaharian ng lotus dahil doon nangingibabaw
At marahang nakikisayaw ang buong latian
ngunit huwag kalilimutan na ito'y mapanganib na lagusan
may mga mata na sa iyo'y nakaabang
madalas silang nagmamasid sa posibleng
sa kanila'y manakit kaya mag-iingat ka sa iyong nais
na balakin dahil wala pa ritong nakaligtas
nasa paligid ng ilog lang sila
kaya kung nais mong lisanin ang buong latian
payapa kang mamaalam sa kanila
iguhit sa tubig ang iyong paglisan,
maging ang kailaliman ng ilog
ay may mga naninirahan din.

Wala Na Ang Aking Karga

Patayin man lahat ng bentilador sa loob ng kwarto,
magkumot man nang pagkakapal-kapal
isara man maging lahat ng pinto
na maaaring pasukan nang lamig,
walang may kayang punan ang ginaw
ng katawan na nangungulila
sa pagpanaw ng anak.
Nananabik sa mainit na yakap
na dapat ay kalong-kalong
at humihinga pa sa kaniyang bisig.

Tumubo Ng Walang Ugat

Ang pagsilang ng manunulat ay naiiba sa pagsilang ng mga pangkaraniwang tao.

Ang bawat kilos na kanilang ipinapakita ay naiiba sa takbo ng kanilang isipan.

Ang bawat hakbang ay tinuturing nilang paglalakbay sa mundo na kanilang binubuo.

Iniaalay nila ang mga matatalinhagang kanilang natututunan para sa lahat, lalo't higit sa mga taong iniinda ang pag-ibig sa sining.

Si Kara At Tula

Isinilang daw ako ng aking ina sa gitna nang
malakasang

pagwewelga,

kasabay raw ng aking pag-iyak ang mga boses ng

mga manggagawang ipinaglalaban ang

patas na pagtrato sa kanila

isinilang ako hindi para lumuha kundi para makiisa sa
patuloy

na pakikibaka

at pagharap sa alingawngaw ng sarili kong bukas

at para sa búkas ng iba pang mga api.

Pwede Mo Pa Rin Akong Ihele

Gapusin mo nang mahigpit sa iyong bisig
ang layaw ng iyong paglingap sa supling
ipadama sa kaniya ang iyong pag-adya
laban sa bagsik ng torong nakaabang.

Kahit sabihin pa nila na ito'y mapanganib
hindi ka magdadalawang isip na sumugal
damdamin mo'y walang kupas, kawangis
kayang pawiin lahat maging ang pagtangis.

Aninong naaaninag sa tuwing madilim
wisik at agam-agam ng pusong windang
walang kasing tibay na dibdib sa dusa,
sa lugmok man ay handa ring tiisin.

Krus mo sa dibdib ang larawan ng handa--
mong pagpapakasakit at pagtitiis

bitbit ang kapalaluang lunas sa luha,
hapdi ng sugat katambal nang hiwaga.
Dahil ang totoo't hindi ko maikakaila
na sa pusod mo ako unang huminga,
yumari ka ng katangi-tanging landas
para sa aking malawig na lalakaran.

Hinanda mo ako sa panganib na
paparating gabay ay diwang maniig,
humigpit ang iyong kapit na hangad
ay paghawan sa ilang libo kong yapak.

Naririnig ko ang pintig ng puso mo,
nakikita ko ang takot sa mga mata mo,
nararamdaman ko ang pangamba mo,
at ang hikbi mo sa tuwing nag-aaway tayo.

Nanay, ako pa rin ang batang kinarga mo
niyakap at inalagaan, hinele't pinatahan,
tinuruan, ginabayan, binihisan, inangkin
at ibinangon sa pagkakadapa ng ilang ulit.

Hanggang sa hindi na lamang ako para sa--

landas na niyari mo kundi para sa bayan din
na imahen ng hakbang-hakbang na punla't
ihinulmang pananaw na nagpapanday tumindig.

Kahit Sa Taimtim Ay May Makakasama

Mahilig akong bumisita sa mga tahimik na lugar
ang pakiramdam ko kasi ay malaya at payapa
malayang nakapag-iisip at nangangarap
sa mga bagay na ang akala ko ay imposibleng maabot.
Matagal na panahon bago nagkrus ang ating landas
gaya ka ng isang liblib na lugar, tahimik at walang kibo
malaya kang namamahinga sa lilim ng puno
na s'yang yumayakap sa balat sa tuwing umiihip ang hangin.
Gaya ng ating pagtatagpo hindi ko alam kung saan ang tamang daan,
ang lagusan, ang dulo o ang wakas nito.
Hinahayaan ko lang ang sarili na tangayin
papalapit pa sa 'yo dahil hindi ako sigurado kung hanggang saan ito.
Sabay nating pakiramdaman ang halina ng gabi,
ang payapang bumabalot dito at ipaalala
na hindi ang dulo ang dahilan kung bakit tayo naririto
kundi patunayan na 'di tayo nagkamali na magpatuloy rito.

Sipòl

Ang payo niya sa akin
'wag kong hahayaang malanta ang pangarap
dahil dadalhin ako nito sa pinakarurok
na kailanman ay hindi ko pa natatanaw.
Malayo ang agwat ng lupa sa kalangitan,
mahabang panahon pa ang gugugulin
para sa pagproseso ng tubig sa kalupaan
upang ito ay maging ganap na tubig-ulan.

Kahit imposibleng maabot ng lupa ang langit
pinatunayan mo pa rin sa akin na nariyan ang hamog
na nagdurugtong sa kanila upang maging dahilan
kung bakit sila nagkaroon ng koneksyon.

Gaya ng mga aral na parati mong itinuturo sa'kin,
ilapat ang paa sa lupa, sundan ang naging yapak,
diligan ang mga punlang pangarap, maging bahagi sa pagsibol
at hayaang mamunga nang hindi pinipilit.

Ang Drayber Na Hindi Marunong Maningil

Nakarinig ako nang malakas na tunog ng tambutso na nanggagaling sa kalsada mga drayber na maagang namamasada at nag-uunahang isakay ang pasaherong papunta sa trabaho o eskuwela.

Sa kawalan ako nakatulala para bang may mensaheng gustong iparating sa'kin ang bulong ng hangin, nagmasid sa kawalan at saka nahanap ng mata ko ang kasagutan.

Aalpas din ang araw at lilipas ang panahon isang laban ang mabuhay sa likod ng dusa sanga-sangang hilahil ang madaraanan sa lansangan na tila walang hanggang parusa.

Sumibol ang hinuha at napatingin ako sa drayber ng traysikel na sinasakyan ko,

ang dugo at pawis na inialay sa maghapon ay katumbas nang pagtupad ng aking pangarap.

Salamat sa sakripisyo mo papa.

Sandali Na Lang

Sugatan ang puso mo noong nakilala kita, hindi dahil sa iniwan ka ng dating nobya mo kundi parati mong sinisisi ang sarili mo sa pagkamatay ng mga magulang mo.

Pareho lang tayong may sugatang puso noon. Ang pakiramdam ko ay isang madilim na paglalakbay ang mundo.

Pero nabago ang lahat ng ito nang dumating ka sa buhay ko. Kinilala ang isa't isa at tuluyan mo na ngang binago ang mundo ko.

Sa tuwing nakikita ko ang matatamis mong ngiti at naririnig ang halakhak mo ay siyang kabalintunaan naman ang sinasambit ng mga mata mong malumbay.

Kagabi, naririnig kitang humihikbi hindi ko alam kung ano ang tumatakbo sa isipan mo at ang tanging alam ko lang ay unti-unting nadudurog ang puso mo.

Marami kang hindi sinasabi sa akin, marami akong hindi alam tungkol sa'yo pero hayaan mo na ang mahalaga ay magkasama natin itong haharapin. Hihintayin kong humilom ang sugat sa puso mo gaano man ito katagal o kalalim, pangako maghihintay ako.

Hanggang sa lahat ng bigat na dala-dala mo ay handa mo nang iwan at magpatuloy sa landas na wala nang lungkot o sakit.

Siguro nga ganito ang magmahal hindi lang puro ligaya, kailangan mo rin harapin ang mga ibabato sa'yong lungkot at paghihirap.

Dahil kung totoo ang pagmamahal marunong ito magtiis kahit gaano pa kasakit, at maghintay gaano man katagal.

Iintindihin ka nito sa tuwing naguguluhan ka, ituturo ang tamang daan sa tuwing naliligaw, at sasamahan ka sa hirap man o ginhawa.

Hanggang sa isang araw ay magkasama na nating haharapin ang dambana at mangako nang panghabambuhay.

Niyakap ako ng malamig na hangin kagabi, nakatanggap ng isang mensahe nang pamamaalam.

Wala akong maalala na nagtalo tayo dahil sa tuwing kasama kita ay parang atin ang mundo.

Wala ka ring binitiwang pangako pero pinanghahawakan ko na hanggang sa dulo ay ikaw at ako.

Hindi ako naging handa, wala kang pahiwatig nang paglisan ngunit naniniwala ako na muling magkukrus ang ating landas sa hintayan sa langit.

Ilang araw na akong gising, namumugto ang mga mata, hindi ka kasalo kaya hindi kumakain

Ayokong malungkot ka na mag isa, hintayin mo ako at malapit na

Sandali na lang titigil na rin ang aking paghinga.

Hindi Na Sila Umabot Sa Malacañang

Mahigit sampung libo ang bilang ng mga nagmartsa
grupo ng magsasaka at mga nakikiisa sa kanilang panawagan at ipinaglalaban,
bandang alas kwatro ng hapon, hindi lang lupa ang sa kanila'y kinamkam,
daan-daan ang sugatan at labing tatlo ang binawian ng buhay.

Silang mga nagsagawa ng kilos protesta,
mga katawang inararo nang ganid na halimaw,
kayong mga walang malay sa trahedyang paparating
anong ginawa sa inyo ng sunod-sunurang naka-uniporme?

Patuloy na nilalapa ng buwaya at buwitreng gahaman
ang mga bungo at natigmak ang pagal na luhang inalay
gigil na gigil sa dugong kanilang ipinatak sa kalsada,

pinatahimik nang umalingawngaw ang malakas na
putok.
Ang kanilang pakikibaka ay habilin at panawagan
na makamit ang lupaing sila dapat ang nagmamay-ari.
Nakapagtataka't paano niniyo ito masosolusyunan?
kayong mga panginoong may lupa.

Ilusyon Ang Kalayaan

Basagin natin ang katahimikan, padagundungin ang katotohanan sa bayang ating sinilangan, nakapiring tayo't nakayapak at palaisipang tumalilis sa tinig ng mga nagmamakaawa't naglulumpasay, silang naghihinagpis kahit hindi naman naririnig.

Matagal na panahon nang nakabaon sa lupa ang bala

at dugo naman ang ginamit na pandilig sa lupang tinubuan,

agrabyado sa kasaysayan, hinubog nang karanasan,

nakapagtataka't hanggang ngayo'y tikom pa rin ang kanilang bibig at sinasagad ang pagtitimpi.

at sa paghikbi...

Manhid na ang bayan sa lahat ng pasakit, galit, pait, dusa, luha, luksa at sa mga dugong dumanak nang durugin ang bungo ayon sa epiko ng bayaning inialay ang lahat para makuha ang kung tawagi'y kalayaan.

Umaaslag ang bayang uhaw, inaasahan ang bagong balon na papawi mula sa nagdaang pagkabangungot,

namamaluktot sa paghingi ng tulong hawak ang karatula

at isinisigaw ang himutok habang naamoy ang malansang dugo na nagdanak sa kung saan sila nakatapak.

Nagmamakaawa, lumuluha, humahagulgol, tumatangis

sa gitna ng karimlan, nagmistulang paglatag ng daan patungo sa hipokritong lipunang may digmaan sa pagitan ng liwanag at dilim ng katotohanang sila lang ang nakaaalam.

Walang katapusang ipinaglalaban para sa hinaharap ang saysay ng kasaysayan sa kinabukasang binabago ng kasalukuyan, dahil ang totoo, hindi ang pagmamahal sa bayan ang titibag sa lahat ng nagtataasang bakod nakakulong pa rin tayo sa malawak na hawla at alipin ng kalayaan.

Silang Mga Umaani

Lalagutin, ang tanikala nang pagdurusa, na sa kanila'y nagpapahirap.

Ang bawat pagbungkal ay katumbas ng pahiwatig ng kanilang pakikibaka para sa tamis ng lupang ipinangako.Hindi sila nagbabalatkayo, sadyang sinusupil ng buwayang ganid, ang dugong kanilang ibinuwis, tugon para sa hustisya;

Kapag ang magsasaka ang tumangis, hindi ito dahil sa materyal na bagay na kanilang pagnanais, kundi dahil sa pakikibaka ng api sa lupaing hinaras ng pyudalismong bumalot sa sakahan na inaasahan nating magpapakain sa ating bibig.

Sa saliw ng luntiang tila nakangiting tumutubo

kasabay ng mahinahon na halik ng araw na taglay ng pag-asa,

Saglit na kalilimutan ang sintensya ng kumakalam na tiyan.

Sa uhay ng napipintog na bukirin, ginto sa linang kung ituring.

Gapasing may hangaring magbago, sentimyentong;

Gapusing 'sing higpit ng hindi maikubling galit.

Sisibol ang diwang makatarungan

Daing na sana'y may makarinig,

Maigting na pakikibaka ng mga api

Sa repormang pansakahan, isang sigaw para sa hustisya!

Ang Nanlaban Daw

Laganap na naman ang panggagahasa,
talamak na rin ang pagkawala ng mga bata
at maging ang ating bansa ay niloob na ng mga
trahedya't sakuna, kaya "Anak, mag-iingat ka"
pangarap sa'yo ni mama na makapagtapos ka
ng pag-aaral, makakuha ng diploma at magkaroon
nang maganda buhay. Ngunit paano ito mangyayari
kung sila mismo ang kumitil ng iyong buhay?
Alam niyo bang siyam na buwan ko siyang
dinala sa sinapupunan ko, inalagaan, ni hindi ko
nga 'yan hinayaan na kagatin ng lamok.
Naalala ko pa nga na sa tuwing ipinagluluto ko
siya ng paborito niyang pagkain ay niyayakap niya
ko nang kay higpit.
Mahal ko si toto ng higit pa sa buhay ko at sa pag-
aakalang kaya ko siyang ingatan at alagaan
hanggang sa siya'y lumaki ngunit nagkamali ako,
pikit at salop nang hikbing pigil, gusting kumawala

nang damdaming lingid, batid kong mahirap lang kami

at ina ang higit na mas nakakakilala sa kaniyang anak,

kaya alam kong hindi magagawa ng anak ko ang mga pinaparatang niyo, hindi magagawa ng anak ko ang ibinibintang niyo, hindi magagawa ng anak ko ang

magtulak ng droga.

Isang gabi, nananakbo si Aling Cora at kumakatok sa

aming pinto at biglang---- *Baaaaaaaang*

nabalitaan na lang na nanlaban.

Magkaiba ang nanlaban, sa napagbintangan.

Nung gabi iyon, tumigil ang mundo ko, walang magulang ang may nais na mauna ang anak sa hukay kaya kahit ilang taon pa ang lumipas, hindi ako magsasawang hingin ang kaniyang katarungan.

'Sing Tatag Ng Escudero

Masdan mo ang gusali na iyong naipatayo
ilang taon na rin ang nakararaan,
Ang bubungan nang karunungan sa kaniya'y nakasandig.
Ang haliging pinatibay at pinatatag sayo'y titindig.

Kay hirap marahil limutin na hinubog mo akong wagas.
Hindi ko sasabihing walang wakas,
Ito ang hudyat upang pasimulan na ang lahat.
Magpapatuloy sa pagpapayabong ni hindi pasusupil.

Sa ganitong paraan mo ako subukin;
Anumang unos, pagkawasak, kagutuman
Tangis, dusa, luha, hikbi, siphayo
Na tiniis, kinimkim, pinalampas 'wag lang gumuho
At maglaho ang pundasyon ng mga pangarap na binuo.

Saksi ang mga karanasan na humubog at sumubok.
Binaybay kong muli ang landas ng pagkadapa't pagbangon,
Hanggang sa ang danas ay magiging masigasig--
Na kasagutan sa lahat nang umaandap na pag-asa.

Hindi na ito pansariling laban lamang, hindi na ito biro,
hindi na ito nakatututwa at wala nang nakatutuwa.
Mahigpit na ang tunggalian sa pagitan ng pandemiya
at edukasyon nang pagkatuto't kagutuman.

Ngunit naniniwala ako na ang minsang pinatayo sa gitna
ng sakahan ay hindi magigitla sa banyuhang uusbong din--
ang kariktan ng punla at magsisilbing pagpapala
Sa sinuman at doon ako magmumula.

Gaya ng sabi sa imno, dumating kami nang salat sa yaman
Hanap na dunong ang iyong alay.
Ako ang titindig at tatamasa sa bayan balang araw,
Ihahayag ang ganda ng gusaling pumaibulog--

Sa gitna ng talahiban at ilalabas ang kaniyang pangil
Babangon kasabay ng bayan, at itutuloy ang laban.

Ika-16 Ng Nobyembre 2004

Anim na libo't limang daang ektarya,
Isang daan tatlumpu't tatlo ang nadakip,
Isang daan dalawampu't isa ang sugatan,
at labing apat ang sa lupang ito ang namatay.

Dumagundong ang putok ng punglo
sinawi't pinaslang sa ngalan ng tubo,
ang dating matatamis na pananim
ay napalitan nang naglalawang dugo.

Pilit ibinabaon sa limot ang dating bangungot
nagmamakaawa upang sa kanila'y ipamahagi,
silang mga lumuluha ng dugo para sa lupang
kailanman ay hindi sila ang magmamay-ari.

Ituro mo kung sino ang totoong naging biktima
at sino ang higit na nangangailangan ng hustisya.
Para sa rumaragasang ulan ng mga bala,

sa kahindikhindik na nakaraan ng mga haciendero
silang mga duguan na nasa bingit pa rin ng kawalan,
hindi nakalilimot ang mga pamilyang nangulila.

Paalingawngawin ang tinatago nilang mga baho
ipinta sa pader ang panawagan gamit ang dugo
ng mga nasawing patuloy na nagmamakaawa
hindi sila binili, biktima ang dapat na tawag sa kanila.

Binibistay ang mga katawang nakahandusay
deboto ng lupaing matagal nilang sinasamba,
patuloy na pakikibaka sa ngalan nang katahimikan
'di nila naririnig ang hinaing ng kanilang ninakawan.
Ngayon, dito natin hukayin ang kasaysayan
ngayon mo linisin ang iniingatan mong pangalan

Pasasalamat

Kay Pol, na kritiko sa lahat nang sinusulat kong tula, parating nariyan para sumuporta at maging kontrabida.

Kay Ate Clarissa, na nasa likod nang malikhaing pabalat, mahal ka ni Pol palagi.

Sa bumubuo ng Ukiyoto Publishing, na nagbukas ng pinto para sa tulad ko at nagtiwala sa kakayahan ko bilang manunulat.

Sa lahat nang mambabasa at sumusuporta sa akin sa iba't ibang social media platform.

At para sa'yong walang sawang pagsuporta sa Panitikang Pilipino, Oo ikaw, ikaw na may hawak ngayon ng librong ito.

About the Author

Si Krisha Mae Mikko Briñosa Balucay ay naging estudyante ni Bob Ong sa Sertipiko sa Panitikan at Malikhaing Pagsulat sa Filipino sa Politeknikong Unibersidad ng Pilipinas at kasalukuyang kumukuha ng kursong edukasyon. Pangarap niyang mailathala sa mga publikasyon, makadalo sa maraming palihan at maging iskrip writer.

Siya ay sumusulat, tumutula at nagtatanghal para sa sining at para sa Panitikang Pilipino na naglalayong imulat ang kabataan hinggil sa mga isyu at hikbi ng bayan.

Ang "Gisingin ang tulog, patulugin ang puyat" ay koleksyon ng mga tulang nakalaya at pananaw ng isang Gen Z na manunulat. Ito ang una niyang aklat.